உயிருக்கு அழகுப் புத்தகம்

ஆசிரியர் :

ரமேஷ் ரா கோ,

RAMESH R G

பட்டதாரி அசிரியர்,

அரசு மேல்நிலைப் பள்ளி,

சுந்தரப்பெருமாள்கோயில்.

கும்பகோணம் தாலுக்கா.

தஞ்சாவூர் மாவட்டம்.

உயிருக்கு அழகுப் புத்தகம்

1. புவிக்கு அழகு, உயிர்;
உயிருக்கு அழகு, புத்தகம்.

2. புதுமைகள் படைக்க, புத்தகம்
படிப்போம்.

3. புத்தகம் இல்லா வீடு;
இதயமில்லா கூடு.

4. புத்தகங்கள் நட்பு,
வாழ்க்கைக்கு சிறப்பு.

5. புத்தகம் படிப்போம், புது உலகு அமைப்போம்.

6. புதுப்புது உலகங்கள் காண, புதுப் புதுப் புத்தகங்கள் படிப்போம்.

7. புத்தக அணி; வெற்றிக் கூட்டணி.

8. நாளும் தேடி, நல்லவை நாடி,
நாளும் படி, நன்மைக்
கிடைக்கும்;
கோடி, கோடி.

9. ஞாலம் வெல்ல, ஞானம் பெற;
புத்தகம் பெறு, புலமையைக்
கூறு.

10. படி, படி, படி. உயருமே உன்
குடி.
ஆம், உயருமே உன் குடி.

11. புத்தகக் காதல்;

அதற்கில்லை சாதல்.

12. தேடித் தேடிப் படி,
கிடைக்கும் உனக்கு, தேரில்,
பாரில் வெற்றிக்கொடி.

13. ஒரு புத்தகம்; ஒரு புது
உலகம்.

14. புரிதல் கொள்ள, புத்தகம்
கொள்.

15. சிறிது சிறிதுப் படித்துப்,
பெரிதுப் பெரிது வளர்.

16. அச்சம் அகல, அகிலம்
வெல்ல, அரவணைப்போம்
புத்தகம்.

17. புகழ் பெற, புத்தகம்.
புத்தனாகப் புத்தகம்.

18. புத்தகம் படித்து, உன்
புலமையை உலகுக்கு
உணர்த்து.

19. புத்தகம் படித்தோருக்கு
இல்லை;

இப்புவியில் தொல்லை.

20. கண்ணுக்குத் தேவைக்
கண்ணோட்டம்;

புவிக்குத் தேவைப் புத்தகம்.

21. புத்தகம் எங்கு;

வித்தகம் அங்கு.

22. செடிக்கு உரம்,

மாட்டுச் சாணம்;

மனிதர், நமக்கு உரம், புத்தகம்.

23.எழுதிப் படித்து,

எழுந்து நடப்போம்.

24. எட்டுத்திக்கும் எடுத்து
உரைக்க,

படித்துப் படித்துப், பழகி
வருவோம்.

25. பழமை அறிந்து, உயர்வு
தெரிந்து,

புதுமைப் படைக்கப், பத்தகம்
படித்து, அறிவுத் தெளிவோம்.

26. நீயும், நானும் கூடி வாழ்ந்து,

நானிலம் காக்கப் புத்தகம்
படிப்போம். மண்டியப்
புரட்டுகள்,

களையெடுப்போம்.புதுமைகள்
பல படைப்போம்.புவியைக்
காப்போம்.

புவிதனில் உயர்வோம்.

27. அறியாமை இருள் அகற்ற;
புத்தக ஒளி ஏற்றுவோம்.

28. புத்தகப் படை கொண்டு,
அறிவிலிகளை ஆக்குவோம்;
நண்பர்களாய்.
உணர்த்துவோம், "யாதும் ஊரே;
யாவரும் கேளிர்".

29. கூடிப் படித்திடுவோம்,
நாளும் வளர்ந்திடுவோம்.

30. சிந்தித்துச் சிறக்க, சிறகை
விரிக்க,

சிகரம் அடைய, சிறப்பாய்ப்
படிப்போம், சிறுமை
அகற்றுவோம்;

சிறந்தோர் ஆவோம்.

31. பெரிது வளர,

பெருமை அடைய;

புத்தகம் படித்துப்

புலமை பெறுவோம்.

<u>வாழ்க்கை</u>

இனிது, இனிது,
இயற்கை இனிது.

கடிது, கடிது,

செயற்கை கடிது.

நதி நீளம்; கடல் வரை.

மனிதர் நம் நீளம்; நம் புகழ்
இருக்கும் வரை.

தேடல் இல்லா, நதி ஏது?

நதி நடக்கும், நதி நிலைக்கும்,
தான் போகும் பாதை, காக்கும்.

பசுமைதனை சுமக்கும்.

நாகரீகம் வளர்க்கும்.

நாளும் நம்மைக் காக்கும்.

ஓடினால் மிளிரும்;
ஓடாவிட்டால் இருளும்.

உயிருக்கு அழகுப் புத்தகம்

ஓடும் வரை வாழ்க்கை;
நிறுத்தினால் சக்கை.

இயற்கை இல்லா வாழ்வேது
இனிமையாய் இருக்காது.
நதி; மேடுகள், பள்ளங்கள்
கடக்குது...

நாகரீகங்கள் பல படைக்குது

நாளும் நொடியும், ஓடுது.

நாமும் நதியாவோம்.

தனித்திரு

கலிலியோ உலகம் உருண்டை
என்றபோது;

பெரும்பாண்மையினர்
சொன்னது

உலகம் தட்டை.

பெரிய மனுசன்

நரை கூடலாம்

கிழப் பருவமெய்தலாம்

பிறர் வாட

சில செயல்கள்

செய்திருக்கலாம்

செய்யலாம்

பெரிய மனுசனுமாகலாம்

- கமல் சொன்ன -

- பெரிய மனுசன் -

- நானும்கூட –

தாய்மொழி

தாய் மொழி என்பது

குடிநீர் போன்றது.

பிற மொழிகள்

cool drinks போன்றது.

cool drinks குடித்தாலும்

குடிநீரே அதிகம்

குடித்தல் நலம்.

உலகறிய பிறமொழியறிவும்

உன்னையறிய,உண்மையறிய

உன்மொழியறிவும் தேவை
மானிடா.

சினிமா மோகம்

வட்டிக்கு வாங்கி

தன் இஷ்டபுருசரின்

தட்டிக்குப் பாலாபிஷேகம்
செய்தும்

பூ மாலைச் சூடியும்

குடியில் நிழலைக்
கண்டவனுக்கு

தன் அப்பன் இறந்ததற்கு

காரியம் செய்யப் பணம்
இல்லையாம்.

என் சண்டை

அப்பாவிடம் அடிக்கடி சண்டை

அதனால் அவர்மீது

எனக்கு அன்பில்லை

என்று அர்த்தமில்லை.

அம்மாவிடம் ஆதாயம் அதிகம்

அதனால் அப்பா அளவு

குறைவதில்லை.

அப்பப்பா, அம்மம்மா

அன்பில் அவர்கள்

சளைத்தோரில்லை.

மத வாதம்

மத வாதமும், மத
வியாபாரமும்; மதம்பிடித்தோர்
செய்யும் வேலை.

கொரோனா

கொரோனாத் தொற்றாது
பிழைத்திருக்கும் மக்கள்
கடவுளால் என்றால்?
கொரோனாத் தொற்றி மாண்ட
மக்கள் யாரால்? பிழைத்தோர்
நல்லோர் என்றால், மாண்டோர்
தீயோரா?

நீதி

அழும் அந்தப் பிள்ளைக்குப்
பால் கிடைப்பதில்லை.
ஆனால், அடித்தால் வலிபெறா
அதற்குக் கிடைத்துவிடுகிறது.
அதுவும் அடிக்கடி.

முதலாளி

என்னை வணங்கு

உன்னைக் காப்பாற்றுகிறேன்
எனும் கடவுளும்,

நான் சொல்வதை செய்
உனக்குக் கூலி தருகிறேன்
எனும் முதலாளியும், ஒன்றே.

<u>மக்கள் மொழி – செம்மொழி</u>

ஒரு குறிப்பிட்டப் பிரிவினர் மட்டும் பெருமளவில் பயனடையும் வகையில் ஒரு மொழி இருப்பின் அது பெரும்பான்மை மக்களின் பேசுமொழியாக இருக்க (இருந்திருக்க) வாய்ப்பில்லை.

<u>இயற்கை இறை</u>

இயற்கையை மீறிய

இறை இல்லை.

இடைச்சொருகல்களால் இயற்கை (இறை)

வழிபாட்டுத்தலம் கெட்டது.

மனிதன் என்பவன் தெய்வமாகலாம்

மனிதன் மட்டுமல்ல பிற உயிரினங்களில் கூட கடவுளானோர். உண்டு.இப்பொழுதும் நடக்கிறது.

பிறவி?

பிறவி என்பது ஆற்று நீர், குளத்து நீர்,கடல் நீர் போன்றவை ஆவியாகி பின் மழையாகி மீண்டும் ஆற்று நீர், குளத்து நீர், கடல் நீர் ஆகி.. இந்த சுழற்சியே உயிர்களுக்கும் ஏற்படுகிறது.

ஆனால், ஓர் உயிர் முழுமையடையும் போது,கடவுள் என்ற நிலையை அடைந்தாலும்,அது மீண்டும் பிறப்பெடுக்கிறது.கணினியில் மேம்பட்ட கணினி உருவாகி பின் அதைவிட மேம்பட்ட... என்று மீண்டும் மீண்டும் உருவாதல் போல... உயிரானது தன்னை மேம்படுத்திக் கொள்ள மீண்டும் மீண்டும் பிறப்பெடுக்கின்றது.அந்த சுழற்சி நடந்துகொண்டேதான் இருக்கும்.ஏனென்றால் உயிரின் கற்றல் ஒரு தொடர் நிகழ்வு.

ஏன் என்றால் இந்த அண்டம் முழுமையுமே உயிர்களால் ஆனது.

உயிரற்றது என்று ஒன்று இல்லை.அனைத்து உயிர்களும்

அனைத்து நிலைகளையும்
எடுக்கின்றன.

இயக்கம் நடந்துகொண்டே
இருக்கின்றது.

இயற்கையில் நாம், நம்மில்
இயற்கை.நம்மை நாமே
ஆக்கிக் கொள்கிறோம்.நம்மை
நாமே அழித்துக்
கொள்கிறோம்.இது தொடர்
நிகழ்வு.

இயக்கம் ஒருபோதும்
நிற்பதில்லை.நம்மை நாமே
இயக்கிக்கொண்டே
இருக்கின்றோம்.

<u>யாதும் ஊரே; யாவரும் கேளிர்</u>

சிகரெட்,பிற புகையிலைப் பொருட்கள் மற்றும் சாராயம்(மது) போன்ற போதைப் பொருட்கள் ஆகியவற்றை வியாபாரம் என்ற பெயரில் இலகுவாக பிறருக்கு எடுத்துக் கொடுத்துவிடுகின்றோம்.

அதை நம் பிள்ளைகளுக்கு செய்வோமா?

நல்ல பெற்றோர் என்செய்வர்?

(நீர்ப்பறவை படம் மிக அருமையாக இதைக் கையாண்டுள்ளது.)

யாதும் ஊரே யாவரும் கேளிர் என்பது வெறும் வார்த்தைகளில்தானா?

உயிருக்கு அழகுப் புத்தகம்

நடைமுறையில்
இருக்கவேண்டிய ஒன்றல்லவா?

தாய்மொழி மற்றும் தொடர்பு மொழி

தாய் மொழியும்
காப்பாற்றப்பட
வேண்டும்.தொடர்பு மொழியும்
தேவை என்றால்
உலகமொழியாய் உள்ள English
படிப்பதுதான் சரி.

இந்தி முதலான பிற மொழிகள்
படிப்பது என்பதனை
தனிப்பட்ட
முறையிலும்,தேவைகருதியும்
செய்துகொள்ளலாம்.

அவரவர் தாய்மொழி பின்
அடுத்து ஒரு மொழி என்பதே
பெரும்பாலும் எட்டாக்
கனியாய் உள்ளது.

ஆங்கிலத்தை நம்
மாநிலங்களுக்கு
இடையேயான தொடர்பு
மொழியாகவும் கொள்ளலாம்
உலகின் தொடர்பு
மொழியாகவும் கொள்ளலாம்.

மேலும் பல அடிப்படை
வசதிகள் பெற்று
படிப்போருக்கும் அடிப்படை
வசதிகள் இல்லாமல்
அகிலத்தை,கல்விச் சூழலை
எதிர்கொள்வோருக்கும் மிகுந்த

இடைவெளி மற்றும் வேறுபாடு
இருக்கிறது.

கடவுள் எந்த மொழி

எந்த மொழிக்கும்
எதிரானவனல்ல, நான்.

ஆனால்...

கடவுள் தன்னைக் குறிப்பிட்ட
மொழியில்தான் வணங்க
வேண்டும்,போற்ற வேண்டும்
என்று சொல்லியிருக்க
வாய்ப்பேயில்லை.

அவ்வாறு சொல்லியிருந்தால்
அது கடவுளே இல்லை.

இன்னும் சொல்லப்போனால்,
கடவுள் தன்னை

உயிருக்கு அழகுப் புத்தகம்

வணங்குவதை,போற்றுவதை
எதிர்பார்க்கவே
வாய்ப்பில்லை.அதை
விரும்புவதும் இல்லை.

இந்த மதம், அந்த மதம் என்று
குறிப்பிட்டெல்லாம்
சொல்லவில்லை.

பொதுவாகத்தான்
சொல்கிறேன்.

நான் கடவுள் என்று இங்கு
சொல்வது இயற்கையை,
கடவுள் நிலையை அடைந்த
முன்னோரை, கடவுள்போல்
நற்பண்புகளுள்ள வாழும்
பெரியோரை.

ஐ, ஔ

ஐயா, ஔவையார் என்று
சொல்வதுதான் எனக்கு சரி
எனத் தோன்றுகிறது.

ஐயா என்பதை அய்யா என்றும்
ஔவையார் என்பதை
அவ்வையார் என்றும் சொல்வது
எனக்குத் தவறெனத்
தோன்றுகிறது.

அய்யா என்ற சொல்லும்
அவ்வையார் என்ற சொல்லும்

உயிருக்கு அழகுப் புத்தகம்

எனக்கு
அன்னியமாகப்படுகின்றன.

தமிழில் உள்ள ஐ என்ற
எழுத்தையும் ஒள என்ற
எழுத்தையும் ஏன் தவிர்க்க
வேண்டும்.

அது தவிர அய்யா என்ற
சொல்லும் அவ்வையார் என்ற
சொல்லும் போலிகளே.

பொருளுள்ளவைகளல்ல.

காலம் கடந்து நிற்போர்

சிலருக்கு வாழைப்பழத்
தோலை உரித்து வாழைப்

பழத்தைக் கொடுக்க

வேண்டியதாய்
இருக்கிறது.வேலை இனிதே
முடிய அதுவும் செய்ய
வேண்டும்.

சிலருக்கு ஊட்டியும்
விடவேண்டும்.

நமக்கும் நம் தாய்
தந்தையர்கள்,அதுபோல்
செய்திருக்கிறார்கள்.காலங்கட
ந்து நிற்கும் பெரியோர்

அத்தகைய செயல்கள்
செய்துதான்,காலங்கடந்து
நிற்கிறார்கள்.

மாசற்ற சூழல் வளர்ப்போம்

மதம் கொண்டு வெல்பவர்கள்
மதம் கொண்டே வீழ்வார்கள்.

நாம் மதங்கள்
கொண்டிருந்தாலும், போற்றி
வளர்த்தாலும், மதச்
சண்டைகளிலும், மானுட
அழிவிலேயுமே போய் முடியும்.

சாதிகள் இல்லையடி பாப்பா; -
குலத்

உயிருக்கு அழகுப் புத்தகம்

தாழ்ச்சி உயர்ச்சி சொல்லல்
பாவம்;

நீதி, உயர்ந்தமதி, கல்வி - அன்பு

நிறைய உடையவர்கள்
மேலோர்.

இந்த சாதியினர் இப்படி
நடந்துகொள்வர், நீங்க முதலில்
என்ன சாதி சொல்லுங்கள்
என்று கேட்கும் மனோபாவம்
சில மனிதர்களிடையே இன்றும்
உள்ளது.

தாங்கள் எண்ணுவது தான் சரி
என்று எண்ணும் மாக்கள்
இவ்விதம் பேசுகின்றனர்.

ஆனால், அன்றே ...

சாதிகள் இல்லையடி பாப்பா; -

குலத் தாழ்ச்சி உயர்ச்சி
சொல்லல் பாவம்; நீதி,
உயர்ந்தமதி, கல்வி – அன்பு

நிறைய உடையவர்கள்
மேலோர்.என்று சொன்ன பாரதி
மகாகவிதான்.

மேலும் பொய் சொல்லக்
கூடாது பாப்பா - என்றும்

புறஞ்சொல்ல லாகாது பாப்பா,

என்பதன் மூலம், இக்காலத்தில்,
சமூக ஊடகங்களில் பிறரை
பற்றி அவதூறு பரப்பும்
மாக்களையும் நம் கண்
முன்னே நிறுத்துகிறார்.

சூழல் அறிவோம்.

நம்மை நாம் முதலில்
அறிவோம்.

மாசற்ற சூழல் வளர்ப்போம்.

நான், நான், நான், நான்தான்

குறுகிய
மனப்பான்மையுள்ளவர்

குறைகள் கூறுவர்

நிறைகள் பல பெற்றோர்

என்னளவிற்கு நீர் இல்லை
என்பர்

எல்லாம் கிடைத்தும்
செயற்கரிய செய்யார் சிலர்

பெற்றதைக் கொண்டு

உயிருக்கு அழகுப் புத்தகம்

உற்றன் செய்வோர் உளர்
எல்லாம் பெற்ற நான்
பெறானை இகழலாமா?

இயற்கை விளையாட்டை
பெறார் குறை கூறுவர்
அவ் விளையாட்டை
அனுபவித்தவர் அனிசரித்துப்
போவர்.
அனைத்துமறிந்தவன்
அடக்கமாக உளன்.
குறைகுடம் கூத்தாடுகிறது.

குறைகள் கூறு
இதயம் இழ.
நிறைகள் கூறு

இதயம் பெற.

தீயவை செய்து
புகழுற்றோர் உளர்.

நல்லவை செய்து
வரலாற்றில் இடம்பெறார்
இருப்பர்.

வெற்றி வெறுப்பில் – கூடா
நட்பில் கூடும்
நயத்தில் கூடும்
நல் நகைப்பில் கூடும்.

வெற்றி என
நினைப்பதெல்லாம்
வெற்றி ஆகா

உயிருக்கு அழகுப் புத்தகம்
அது கணிக்க
இயற்கையெனும் இறை
உளது.

எவருள்ளும் குறைகள் காண
யாரோ ஒருவர் இருப்பர்

நான்தான் எனைப்போல்
என்மக்கள்போல் யாருளர்?
பதில் கூறும் நல்லுலகம்.

அன்புசெய் அன்பு விளைய
சில அவுன்ஸ் மலம்
எப்போதும் மனிதனுள் உளதாம்

உயிருக்கு அழகுப் புத்தகம்

நான் கேட்டேன்.

என் குறை நான்றியேன்
அறிய விரும்பிலேன்

பிறர் குறை
காணுவேன்; எடுத்துரைப்பேன்.

நான், நான், நான், நான்தான்
குறை, எடுத்துரைக்கும் முறை
பலர் அறிந்திலர்.

முதுகுக்குப்பின் பேசா
என உறைப்பேன் – ஆனால்
நான் சொல்வேன்.

உயிருக்கு அழகுப் புத்தகம்

நடிப்பேன், நான்தான் ;
நல்லவன் என
சாத்தானும், வேதத்தில் இருந்து
"மேற்கோள்" காட்டும்.

கர்மவீரர்

முகத்திரண்டு
புண்ணுடையோராகாமல்
கண்ணுடையோராக்கிய
கர்மவீரர்
காமராசர்
உமக்கு யார் நிகர்

தொடக்கப் பள்ளிகள் திறந்து
தொடக்கம் தந்த தலைவன்

உயிருக்கு அழகுப் புத்தகம்

பசி பறந்துப் படித்திட,
மதிய உணவு அளித்திட்ட,
நல்லோன்; வல்லோன்.

சுகமான், சுமையற்ற
விலையில்லாக் கல்வித் தந்து
இல்லாதார் வாழ்வில்
இனிமைத் தந்த இறைவன்.

<u>ஆசிரியர்</u>

ஆசிரியரே
எங்கள்
இரண்டாம் பெற்றோரே

உயிருக்கு அழகுப் புத்தகம்

ஏணிகளாய் இருந்து

நாங்கள்

ஏற்றம் பெற உதவும்

எங்கள் நண்பர்களே

நாங்கள்

வெளிச்சம் பெற

நீங்கள்

மெழுகுவர்த்திகள்
ஆகுகிறீர்கள்;

தாய், தந்தைக்கு அடுத்து
நீங்கள்,

கடவுளுக்கு முன்னர் நீங்கள்.

உங்களை மறப்போமா...

மறந்தால், மனிதர்களாய்

உயிருக்கு அழகுப் புத்தகம்

இருப்போமா...

களம் காண

களம் காணார்
களம் காண
பின் கதை சொல்.

நேரம் நிறைய
நின்று பேசுவர்
கிரிக்கெட் வீரனாகாமலே
நானாயிருந்தால் நன்றாக
ஆடியிருப்பேனென்று.

களம் காணார்
களம் காண்
பின் கதை சொல்.

தரம் சொல்ல தகுதிகொள்,
தற்பெருமை நிறுத்திக்கொள்.
தலைவன் இருக்கின்றான்
தீர்ப்பு சொல்ல.

சுற்றுச்சூழல்   என்னவென்று
அறியாது,
அவையோருக்கு   அறிவித்திடல்
ஆகாது.
அனைத்தறிந்த   ஆன்றோன்
அகிலம்தனில்
யாருளன் அவனைத்தவிர.

நம்   வேலை,   நாம்
சிறப்பெய்துவோம் முதலில்

நம் துறை நமக்கு தூரம்

அக்கரைப்   பச்சைப்   பற்றியே
அளாவுவோம்.

அனைத்தறிந்த   ஆன்றோன்
அகிலம்தனில்

யாருளன் அவனைத்தவிற.

அமைச்சன்   தொழில்
அமைச்சனது

அரசன் தொழில் அரசனது...

அரண்காவலன்   தொழில்
அவனது

அம்மையப்பன்   தொழில்
அவர்களது.

அமைச்சன் தவிர்த்து,
அரண்காவலன் உயர்த்தல்;

அகிலத்திற்கு கேடு;

அரண்காவலன்
தானுயர்ந்தோனென்றால்

அமைச்சனாகலாம், பின்
அவையேறலாம்.

அமைச்சன் சூழல் அமைச்சனது

அர்ண்காவலன் சூழல் அவனது

அவன் செயல் அவனது என்றும்,
இவன் செயல் இவனது என்றும்;

அவனும், இவனும் உணர்ந்தால்
நன்று.

அமைச்சன் அழகில்லை
என்றால்

உயிருக்கு அழகுப் புத்தகம்

அரசன் அவனை, அவை நீக்கலாம்.

அரண்காவலன் அழகென்றால்,

அரசன் அவனை அவை சேர்க்கலாம்...

அரசனே அழகில்லை என்றால்

அவனை எவன்தான் நீக்கலாம்...

அவன்தான் நீக்கலாம்.

களம் காணார்

களம் காண்

பின் கதை சொல்.

தலைவன் இருக்கின்றான்

தீர்ப்பு சொல்ல.

எல்லோரும் எல்லாழும் பெற வேண்டும்

எல்லோரும் எல்லாழும் பெற
வேண்டும்.

இரந்து கேட்கும் நிலை இல்லா

சமூகத்தை இயற்கை
தரவேண்டும்.

இயற்கை தராதது எதை?

மன்மதை
நல்லெண்ண்ங்களால் விதை.

உயிருக்கு அழகுப் புத்தகம்

வருமோ? யாருக்கும்

இல்லாமை,

இயலாமை,

கல்லாமை,

உழையமை,

பொறாமை.

மன்மதை
நல்லெண்ணங்களால் விதை.

அதுவே, நமக்குப் பெருமை.

சுயநல சிலந்திகளின்
வலையில்

சிக்காமல் இருப்போம்.

இரந்துக் கேட்போர் இல்லை,

என்ற நிலை காண்போம்.

விடாமுயற்சி

வெற்றியோ, தோல்வியோ;
விடவேண்டாம்,
விடாமுயர்ச்சியை.

இன்பமோ, துன்பமோ;
விடவேண்டாம்,
மன உறுதியை.

நிறைவோ, குறைவோ;
விடவேண்டாம்

உயிருக்கு அழகுப் புத்தகம்

அரும் பணியை.

எட்டாக் கனி.
எதுவுமில்லை;
நம்மால் முடியாதது;
எந்நிலையிலுமில்லை.

எறும்பு தன் எடை தாண்டி,
நூறு மடங்கு சுமக்கும்.
ஏற்றம் பெற உழைக்கும்;
மனிதர் நம்மை அழைக்கும்,
அதுபோல் இருந்திட,

உயிருக்கு அழகுப் புத்தகம்

சாதனைப் படைத்திட, வறுமை உடைத்திட,

வென்று காட்டிட, வேதனை அகற்றிட.

வெற்றியோ, தோல்வியோ;
விடவேண்டாம்,
விடாமுயர்ச்சியை.

இன்பமோ, துன்பமோ;
விடவேண்டாம்,
மன உறுதியை.

பிறப்பதும், இறப்பதும்;
தொடர்கதையே.

உயிருக்கு அழகுப் புத்தகம்

வேண்டும்; உழைப்பதும்,
சிறப்பதும்;

நம் நிலையாய்.

காய்ப்பதும், கனிவதும் மரம்
கதையே;

களம் காண்பதும்; காலம்
வெல்வதும்;

மனிதர் நம் வேலையே – இதில்

நிற்பதில், நிலைப்பதில்,
நினைவுகொள்வோம்;

நிலமகளுக்கும், நிலவுக்க்கும்,
நிலையானவனுக்கும்;

நெருக்கம் ஆவோம்.

வெற்றியோ, தோல்வியோ;

விடவேண்டாம்,

விடாமுயர்ச்சியை.

இன்பமோ, துன்பமோ;

விடவேண்டாம்,

மன உறுதியை.

www.ingramcontent.com/pod-product-compliance
Lightning Source LLC
Chambersburg PA
CBHW031243130726
47988CB00008B/3220